hen

gà mái

rooster

gà trống

chick

gà con

duckling

vịt con

turkey

gà tây

donkey

lừa

swan

thiên nga

frog

ếch

racoon

gấu mèo

bear

gấu

squirrel

sóc

fly

ruồi

ladybug

bọ rùa

worm

giun

snail

ốc sên

slug

sên

bee

ong

spider

nhện

beetle

bọ cánh cứng

dragonfly

chuồn chuồn

lion

sư tử

zebra

ngựa vằn

giraffe

hươu cao cổ

rhinoceros

tê giác

snake

rắn

mosquito

muỗi

sea turtle

rùa biển

hippopotamus

hà mã

alligator

cá sấu

crocodile

cá sấu

shark

cá mập

walrus

hải mã

penguin

chim cánh cụt

polar bear

gấu trắng

seal

hải cẩu

starfish

sao biển

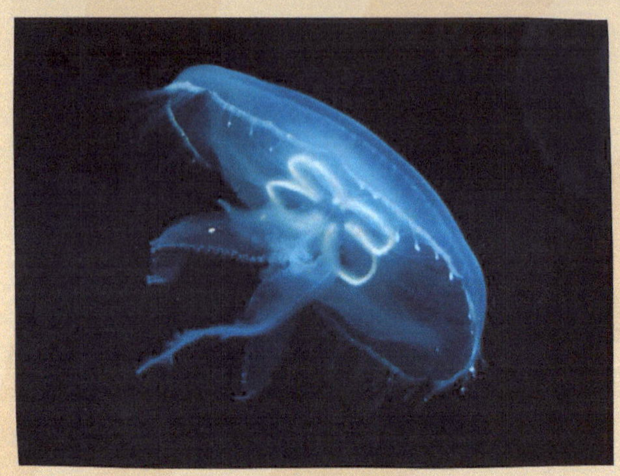

jellyfish

sứa

seashells

vỏ sò

feather

lông vũ

11
eleven

mười một

12
twelve

mười hai

13
thirteen

mười ba

14
fourteen

mười bốn

15

fifteen

mười lăm

16

sixteen

mười sáu

17

seventeen

mười bảy

18

eighteen

mười tám

19

nineteen

mười chín

20

twenty

hai mươi

heart

trái tim

oval

trái xoan

arrow

mũi tên

crescent

hình lưỡi liềm

curve

đường cong

spiral

xoắn ốc

cross

gạch chéo

zigzag

ngoằn ngoèo

rainbow

cầu vồng

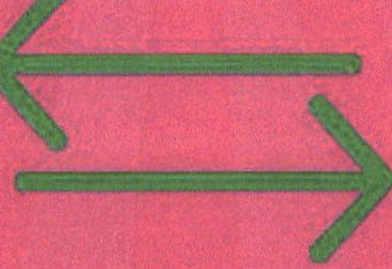

dark colors

màu tối

light colors

màu sáng

dấu chấm

đường thẳng

short

thấp

tall

cao

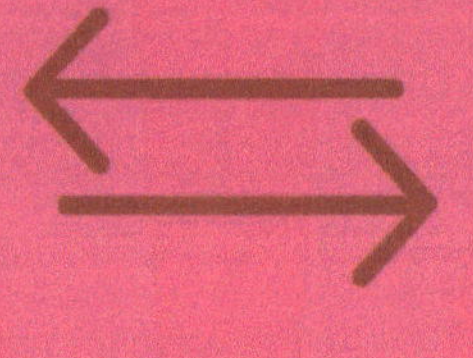

a little

một chút

a lot

nhiều

full

đầy

empty

không có gì

curly hair

tóc xoăn

straight hair

tóc thẳng

accept

chấp nhận

refuse

từ chối

identical

giống hệt nhau

different

khác nhau

dry

khô

wet

ướt

toys

đồ chơi

blocks

khối

ball

bóng

robots

người máy

tongue

lưỡi

nose

mũi

hair

tóc

moustache

ria mép

fingers

ngón tay

arm

cánh tay

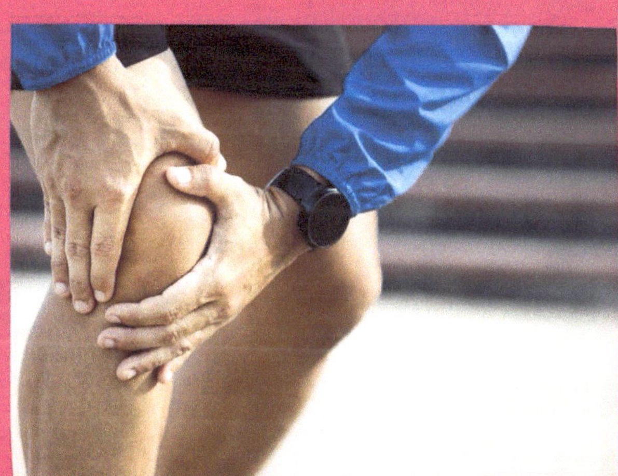

knee

đầu gối

elbow

khuỷu tay

smile

cười

kiss

hôn

cry

khóc

pain

đau

body

thân người

back

lưng

pacifier

núm vú giả

high chair

ghế cao

soap

xà phòng

toothbrush

bàn chải đánh răng

towel

khăn tắm

potty

bô

ring

nhẫn

bracelet

vòng tay

necklace

vòng cổ

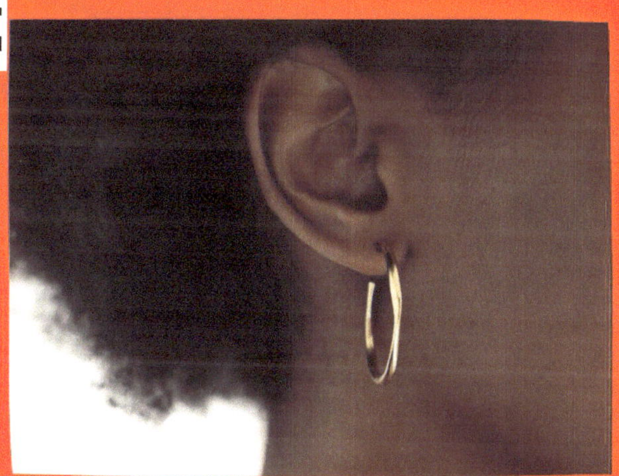

earring

bông tai

chocolate

sô cô la

popcorn

bắp rang bơ

jam

mứt

toast

bánh mì nướng

honey

mật ong

butter

bơ

bread

bánh mì

ice cream

kem

semolina

semolina

rice

cơm

pasta

mì Ý

soup

canh súp

milk

sữa

water

nước

juice

nước vắt

kiwi

kiwi

raspberry

mâm xôi

grapefruit

bưởi

melon

dưa lưới

plum

mận

apricot

mơ

pomegranate

lựu

fig

sung

blueberry

việt quất xanh

cranberry

nam việt quất

persimmon

quả hồng

lychee

vải thiều

fruits

trái cây

vegetables

rau

avocado

bơ

green bean

đậu xanh

broccoli

bông cải xanh

eggplant

cà tím

peas

đậu hà lan

bell pepper

ớt chuông

beet

củ cải đường

lettuce

xà lách

endive

rau diếp quăn

artichoke

atisô

leek

tỏi tây

onion

hành tây

garlic

tỏi

ginger

gừng

walnuts

quả óc chó

almond

hạnh nhân

pistachio

dẻ cười

cashew

hạt điều

www.ingramcontent.com/pod-product-compliance
Lightning Source LLC
LaVergne TN
LVHW071652180726
843512LV00002B/434